நட்சத்திர மச்சங்கள்

பிரகாஷ்.ச

aelay
publish

நட்சத்திர மச்சங்கள்
கவிதை
ஆசிரியர் : பிரகாஷ் .ச © 2023
முதல் பதிப்பு : பிப்ரவரி 2023
வெளியீடு : ஏலே பதிப்பகம்
5/175, பாத்திமா நகர், கூத்தென்குழி,
திருநெல்வேலி - 627104
தொடர்புக்கு : +91 9944992571

Natchathira Machangal
Poetry
All rights reserved
by Prakash .R ©2023
First Edition : February 2023
Pages: 68
ISBN : 978-93-5533-570-8
Aelay Publish
Contact : +91 9944992571
Designed by : Aelay publish team

என்னுரை

இந்த புத்தக உலகிற்குள் என்னையும் எழுத்தாளனாக சேர்த்துக்கொள்ள வேண்டி இந்த நட்சத்திர மச்சங்களை உங்கள் முன் சமர்ப்பிக்கிறேன். வாசகர்களாகிய உங்கள் மனங்களில் என் பெயரும் ஏதோ ஒரு மூலையில் நிலைத்து நிற்கும் முதல் முயற்சி இந்த நட்சத்திர மச்சங்கள்..

இந்த புத்தகத்தை கவிதை தத்துவம் என்று எந்தவொரு வரையறைக்குள்ளும் அடக்கும் தகுதி உள்ளதாக எனக்கு தோன்றவில்லை,

போகிற போக்கில் பார்க்கும் சில விசயங்களை எனக்கு தோன்றியப்படி எழுதியதையெல்லாம் ஒரு மூட்டையாக கட்டியிருக்கிறேன்.

இந்த மூட்டை புத்தகமாக உருமாற உதவியாயிருந்த என் அம்மாவுக்கும், நண்பர்களுக்கும், அனைத்து இயற்கை சூழ்நிலைகளுக்கும், இயற்கைக்கும் என் நன்றிகளை தெரிவித்துக்கொள்கிறேன்.

இந்த மூட்டையில் ஒளிந்திருக்கும் சரக்குகள் பிடித்திருந்தால் பகிருங்கள், பிதற்றல் என்று தெரிந்தால் தூக்கி தூர வைத்து விடுங்கள் என் பிழைகளை திருத்தும் உங்கள் வரிகளுக்கு காத்திருக்கிறேன்.

1.

கனவில் பறித்த பூக்களை,
தலையணை உரையில்
வரைந்து வைத்தேன் என்றும்
வாடாமல் இருக்க.

2.

வானவில்லை தன் இறகில்
சுமந்து கொண்டு செல்லும்
பட்டாம்பூச்சியை போல்
எந்த சுமையும் இல்லாமல்
இலேசான மனம்
வேண்டுமென்பதே
என் பேராசை.

3.

புத்தகத்தின் கடைசி பக்கத்தில்
முடிந்து போகிறது வார்த்தைகள்,
தொடர்கிறது சிந்தனைகளும்,
கற்பனைகளும்.

4.

எனக்கும் நீண்ட இரவுக்கும்,
எனக்கும் என் துன்பத்திற்குமான உறவை
அவ்வப்போது விருந்தாளி போல்
வந்து போகும் சந்தோஷம் என்ன
செய்து விட போகிறது.

5.

திக்குமுக்கு தெரியாமல்
போகிறது வாழ்கை என்று
புலம்புவர்களுக்கு
எங்கே தெரிய போகிறது
திசையறியாமல் பறக்கும்
காற்றின் அருமை.

6.

காதலுக்கும் கவிதைக்கும் என்ன
சம்பந்தம், எனக்கும்
உனக்குமானதை போல, ஆனால்
இரண்டும் இணையும்
போதெல்லாம் புது பிரபஞ்சத்தை
படைப்பது மட்டும் நிச்சயம்.

7.

குழந்தைகள் தூக்கி விளையாடாத
பொம்மையாய் ஏக்கத்துடன்
வாசலில் தொங்கிக் கொண்டிருந்தது
திருஷ்டி பொம்மை ஒன்று.

8.

பூவுக்கென்ன தெரியும்
கவிதைக்கும்,
காதலுக்கும்,
அதை நாம் போட்டு
படுத்தும்பாடெல்லாம்.

9.

கொஞ்சம் கூட மிச்சம் வைக்காமல்
எழுதி தள்ளிவிட்டார்கள் எனக்கு
முன் காதலித்து கவிஞர்களானவர்கள்.
நான் எதை எழுதுவேன் என் காதலிக்கு.

10.

கருமேகம் பூமிக்கு கொட்டிக் கொண்டிருக்கும்
காதலை நாம் ஏன் குடை விரித்து
தடுப்பானேன், அவர்களின் காதலில் நாமும்
கொஞ்சம் ஆட்டம் போடலாமே.

11.

அந்த நாய்க்குட்டிக்கு என்ன தேவை
எல்லோரிடமும் அன்பாய் இருக்க,
அதன் இயல்பே அப்படித்தான்,
இயல்பாக வருவது எப்பொழுதுமே
அழகாக தூய்மையாகத்தான் இருக்கும்.

12.

காணுமிடமெல்லாம்
பிள்ளைகளை தத்தெடுத்தேன்,
கடைசிக்காலத்தில் என் அடுத்த
தலைமுறைக்கு கொடுக்க,
அப்பிள்ளைகளை அழகாக அடுக்கி
வைத்தேன் (புத்தக) அலமாரியில்.

13.

மேகத்திற்கு அழுவதை தவிர
வேறென்ன தெரியும்,
சில சமயம் ஆனந்த கண்ணீராய்
சாரல் துளிகளையும்,
சில சமயம் சோகத்தில் முகங்கருத்து
பெருமழையாய் பொழிவதை தவிர.

14.

பூவிற்கு தெரியாது நம்மை யாரேனும்
ஒரு நாள் பறித்துவிடுவார்களென்று,
தெரிந்திருந்தால் அரும்புவிலிருந்து
மொட்டாக, மொட்டிலிருந்து மலராக
பூத்திருந்து காத்திருக்குமா.

15.

ஏதோ ஒரு ஊரில் ஏதோ ஒரு கிழவி
இன்றும் வடை சுட்டுக்கொண்டு தான்
இருக்கிறாள்,

ஏதோ ஒரு ஊரில் ஏதோ ஒரு குழந்தை
சாப்பிட அடம் பிடித்து கொண்டுதான்
இருக்கிறது,

ஏதோ ஒரு ஊரில் என்னைப்போல ஒருவன்,
எதையாவது
கிறுக்கிக்கொண்டுதான் இருக்கிறான்.

16.

ஒரு சிறந்த புத்தகமானது அதன் வாசகனை,
பலமுறை வாசிக்கவும்,
அவ்வப்போது அதனுள் வசிக்கவும்.
அடிக்கடி ருசிக்கவும் அனுமதிக்கிறது.

17.

இருட்டில் நடப்பவனுக்கு தூரத்தில்
தெரியும் வெளிச்சம், இருட்டுடன்
சேர்த்து அவன் பயத்தையும் எரிக்கிறது.

18.

ஒவ்வொரு ஊருக்கும் ஒரு
சிறப்பிருக்கும் ,
ஆனால் அனைத்து ஊரையும் விட
சிறந்த ஊர் என்னவென்றால் ,
அது அவனவனுடைய சொந்த ஊர்.

19.

முன்பெல்லாம் காதல் கவிதைகள் கடிதங்கள்
மூலம் பறந்து கொண்டிருந்தது,
இன்றோ காற்றில் கரைந்து கொண்டிருக்கிறது,
தடயம் இல்லா குறுஞ்செய்திகளாக.

20.

காதலர்களிடம் மாட்டிக்கொள்ளும் நிலா,
அவர்களின் உவமைகளுக்கு சில நேரம்
வெட்கப்பட்டு தேய்ந்து போகிறது பாவம்

.

21.

உட்கார இருக்கை,
படுக்க கட்டில்,
சாய்ந்துகொள்ள சுவரோ, மரமோ
இதை போல தனிமைக்கும், துன்பத்திற்கும்
நான் கிடைத்திருப்பேன் போல.

22.

முழுநிலவை பாதி கடித்து பிறை
நிலவாக்கினால் என் மகள்,
அம்மா கொடுத்த ரொட்டி துண்டை வைத்து.
பிள்ளைகளின் செயல்களை உவமைப்படுத்தி
எளிதாக கவிஞர்களாகிவிடுகிறார்கள்
பெற்றோர்கள்.

23.

வெள்ளை காகிதம்
தன்னை துறந்து எழுதுவதை
கவிதையாகவும்,
கிறுக்கல்களை
ஓவியமாகவும் மாற்றுகிறது,
மௌனமாக.

24.

அனைத்து பழங்களும்
கீழ்நோக்கி வளர்கையில்,
தனித்து மேல்நோக்கி வளர்ந்ததனால்
தோலுரித்து தூர எறியப்பட்டது
வாழைப்பழம்.

25.

தோல்சுருங்கிய பாட்டிகளின்
முகத்தில் இயற்கையாகவே
அமைந்து விடுகிறது ஒரு குறுநகை.

26.

நான் உன்னுடன் இருக்கும்
இந்த நொடி கடிகார முள் சுற்ற மறந்து
நின்று போனால் என்ன, யார் அதை
கவனிக்க போகிறார்கள்.

27.

நம்மை நல்லவனாய் காட்டுவதற்கு,
யாரையாவது குறைகூற
ஒருவர் தேவைப்படுகிறார்கள் நம்
எல்லோருக்கும்.

28.

ஆழ்கடலில் மிதக்கும் நிலவை
அலைகள் அடித்து நகர்த்த
முடியுமா என்ன,
அந்த கடலில் உள்ள
நிலவின் இருப்பை போல்
என்னுள்ளே
ஆழமாய் தங்கிவிடு.

29.

பட்டுப்போன மரத்தில்
பறவையின் எச்சம் பட்டு முளைக்கும்
துளிரை போல கிடைத்தது,
புது வாழ்வு,
நீ வந்த பின்னே.

30.

வறுமை சின்ன சின்ன விஷயங்களையும்,
வெற்றிகளையும் ரசிக்க,
பேரின்பமடைய,
கூத்தாட கற்றுக்கொடுக்கிறது.

31.

எந்த பேயும் பிசாசும் சாதி மதம்
பார்த்து மனிதனை பற்றி
கொள்வதில்லை, மனிதன் அதை
விட பயங்கரமானவன்.

32.

இந்த பேப்பருக்கும் பேனாவுக்குமான
கெமிஸ்ட்ரி அதிசயமானது,
இரண்டும் இணையும்போதெல்லாம்
ஏதோ ஒரு படைப்பை
குழந்தையாய் கொடுக்கிறது.

33.

புனிதமானதை திரைபோட்டு
மறைக்க ஏதாவது ஒன்று இருந்து
கொண்டுதானிருக்கிறது.
அழகான ஆன்மாவை மறைக்க
அழுக்கான இந்த உடல் போல
உண்மையயை மறைக்க பொய் போல.

34.

தேவையான இடத்தில்
தவறவிட்ட துணை(கால்)
வா(ழ்க்கையை/ர்த்தையை)
அர்த்தமின்றி அந்தரத்தில்
தொங்கவிட்டு விடும்.

35.

பொன்வண்டுக்கு மழைநேரத்தில்
குடையாகிப்போனது
நேற்று முளைத்திருந்த காளான்..

36.

கதையோ, கவிதையோ,
கிறுக்கலோ, ஓவியமோ,
ஏதாவது ஒன்று அல்லது வெறும்
மையை மட்டும் தெளித்தால் கூட
போதுமானது என்று தனிமையை
போக்க கேட்டுக்கொண்டதாம்
காகிதம்.

37.

நள்ளிரவில் பெண்களை
பின்தொடரும் பால் நிலவை
யாரும் தட்டிக்கேட்பதுமில்லை,
கைது செய்வதுமில்லை.

38.

மனிதர்களை போல் இல்லை மரங்கள்,
உதிர்ந்து விழும் இலைகளுகெல்லாம்
கண்ணீர் விடுவதுமில்லை,
கணக்கு வைத்திருப்பதுமில்லை.

39.

மழை நின்ற பிறகு மடக்கப்பட்டது
சில குடைகளும்,
ஜன்னல் வழியே நீட்டியிருந்த கைகளும்.

40.

அனைத்தையும் விட்டுவிட்டு
வெகுதூரம் செல்ல நினைக்கிறேன்,
எங்கு சென்றாலும் ஏதோ ஒரு வலி
பின் தொடர்ந்து வந்துவிடுகிறது என்
நினைவுகளின் வழியே

41.

வீடு கட்ட வசதியில்லாதவன் தான்,
நூலகத்தில்
தனக்கென ஒரு உலகத்தை கட்டி
ஆண்டுகொண்டிருக்கிறான்.

42.

மழை வந்தால் போதும்,
என்னை கேட்காமலே
இசை வந்து என்னுளே
தூறிக்கொண்டிருக்கும்.

43.

"இன்று' லிருந்து தப்பிக்க
எண்ணி, எண்ணி
"நாளை" யில் விழுந்து மீண்டும்
தப்பிக்க முற்படுகிறேன்.

44.

மருதாணியுடன் மினுக்கும்
கைகளை விட
புத்தகங்களை சுமந்து கொண்டிருக்கும்
கைகள் எனக்கு
ஓவியமாக தெரிகிறது.

45.

குனிந்தவாறு கைபேசியில்
மூழ்கிக்கொண்டிருக்கும்
தலைகளின் மத்தியில்,
புத்தகத்துடன் குனிந்திருக்கும்
என் தலை மட்டும் உயர்ந்தென்ற
மிதப்பில் எள்ளளவு ஆணவம்
இல்லாமலிருக்குமா என்ன?

46.

கற்பனை குட்டையிலிருந்து
அள்ளி எடுக்கப்படும் அனைத்தும்,
பாத்திரமென்னும் பக்கத்தை
முழுவதுமாக நிரப்புவதில்லை
சில கசிவுகள் இருக்கத்தான் செய்கிறது
என்ன செய்ய.

47.

பார்ப்பதனைத்தையும்
கவிதையாக்க நினைக்கிறது
இந்த பாலாய் போன மனம்.

48.

கதிரவன் ஒரு பெண்தானோ !
காலையில் முந்திக்கொண்டு
முதல் ஆளாக விழித்துக்கொள்கிறாள்.
மஞ்சள் பூசிய முகத்துடன் ஒரு
புன்னகையுடன் நாள் முழுவதும்
உலாத்திக்கொண்டிருக்கிறாள்,
மலை நேரம் வந்தால் வெட்கத்தில்
எல்லோருக்கும் முன்பாக
ஓடி ஒளிந்து கொள்கிறாள்.

49.

அந்த வெண்மேகம்தான்
என்ன ஒரு மந்திரக்காரன்
யானை போல,
பொம்மை போல,
பூவை போல,
தன்னை மாற்றிக்கொள்கிறான்.
கண்ணிமைக்கும் நேரத்தில்
களைந்து செல்கிறான்.

50.

நீ போடும் கோலத்திற்கு
வர்ணப்பொடிகள் எதற்கு ?
உன் விரல் பட்டு விழும் கடல் மண்
கூட பஞ்சவர்ணமாக மாறும்போது.

51.

நான் இருப்பதை போலவே
என்னை பார்த்து ரசியுங்கள்
என்னை உங்கள் காதலியின்
கண்களுடனோ, இதழுடனோ
எதனோடும் ஒப்பிடாதீர்கள்
நான் வெறும் பூதானே.
கவிஞன் மேல் பூக்கள்
கொண்ட கோபம்.

52.

உன்னை பற்றி எழுத
எண்ணும்போதெல்லாம்
வார்த்தைகள் போட்டி போட்டுகொண்டு
நீயா நானா என்று வருகையில்,
உன் அழகை வார்த்தையில் அடக்க
விருப்பம் இல்லாமல்
எழுதாமலே சென்றுவிடுகிறேன்
மௌனமாக.

53.

பூமியின் எடை சிறிதும் அதிகரிக்காமல்
மலைகளையும்,
கடல்களையும்,
மனிதர்களையும்
படைக்கும் சக்தி கடவுளை அடுத்து
கவிஞர்கள் அழகாக செய்துவிடுகிறார்கள்.

54.

என் நிழலுக்கு எதுவும் தெரியாது,
என் உருவத்தை பிரதிபலிப்பதை
தவிர என்று நினைத்துக்
கொண்டிருந்தேன்
அதற்கு இன்னொன்று கூட தெரியாது
என்னை விட்டு விலகுவது.

55.

வேலைக்கு செல்லும்
கணவனுக்கு கைகாட்டும்
மனைவியின் உருவம்
தெருமுனையில் திரும்புகையில்
மறைந்துவிடுகிறது.
முகம் கூடவே வருகிறது.

56.

மரமானது தன் நினைவுகளை
இலைகளில் ஒளித்து
வைத்திருக்கும் போல,
காலம் போக போக பழைய
நினைவுகளை உதிர்த்துவிட்டு
புதிய நினைவுகளுக்கு துளிர்களை
அரும்பி காத்திருக்கிறது.

57.

மேற்கோள்
போடப்பட்ட வார்த்தைகள்
வாசகருக்கு
கொஞ்சம் பொறுமையாக என்று
வேகத்தடை போடுகிறது,
வார்த்தையில் எந்தவொரு
வன்முறையும் இல்லாமல்.

58.

நெடுஞ்சாலை விளக்குகள்
இரவெல்லாம் விழித்திருக்க
பகலில் உறங்குகின்றன.
பேருந்தின் டயரில் ஒட்டிய
ஒரு ஊரை சேர்ந்த மண்
வேறொரு ஊருடன் ஒட்டிக்கொள்கிறது,
மொழி தெரியாத
சாலையில் தொடங்கிய பயணம்
தாய் மொழி பேசும் சாலையில் முடிகிறது.

59.

பகலில் எந்நேரமும் சண்டையிடும்
வேட்டியும், சேலையும்
இரவில் பின்னிக்கொண்டு
துனிக்கொடியில் கலந்து கிடக்கின்றன
கூடல் கொண்ட மயக்கத்தில்.

60.

மினிபஸ்ஸில் ஓடும் பாட்டுக்கு
எதிரில் இருக்கும் பெயர் தெரியாத
பெண்ணுடன் ஒத்திகை பார்த்து
கொண்டிருந்தது
மனம்.

61.

இசையுடன் வார்த்தைகள் கலக்கும் போது
அதன் ஆழம் கடல் போன்றது ,
அதில் சிலர் காக்காய் குளியல் போடுகிறார்கள் ,
சிலர் அடிவரை சென்று அங்கேயே
தங்கிவிடுகின்றனர்.

62.

செம்மண்ணில் புரள முடியாத ஏக்கம்
இலைகளில் ஒட்டியுள்ள
மழைத்துளிகளுக்கு மட்டுமே தெரியும் .

63.

நானும் தகப்பனே,
ஆனால்
யாரையும் கல்யாணம்
கட்டிக்கொள்ளவில்லை,
பத்துமாதம் உன்னை யாரும்
கருவில் சுமக்கவில்லை,
உன்னை அள்ளி எடுத்து என்
கைகளில் வைத்து படிக்கையில்
தகப்பனாய் உணர்கிறேன், நீயும்
என் குழந்தை தான்.

64.

காம்பிருந்திலிருந்து உதிர்ந்த பூ
எவ்வளவு நேரம் உயிருடனும்,
நறுமணத்துடன் இருக்க முடியும்,
உன்னை பிரிந்த என்னை போல.

65.

அவளை நினைத்து கவிதை எழுத
எண்ணும்போதெல்லாம்
அவள்முகம் கண்முன்னே வந்து,
இருக்கையிலிருந்து
எழுப்பி அவளருகே கொண்டுபோய் சேர்த்தது,.
அவளுக்காக நான் எழுதும் மோசமான
கவிதையை ,அவள் முகம் நல்ல
வேளையில் தடுத்துவிட்டது .

66.

ஒவ்வொரு புத்தகத்தின் ஒவ்வொரு பக்கத்தின்
சமவெளியிலும், பல்வேறு
மனிதர்களும் ,உணர்வுகளும் ,
பேரியற்கையும் எந்தவொரு சலனமும்
இல்லாமல் வாழ்ந்துகொண்டிருக்கிறது.

67.

இயற்கை எழுதும் கவிதைக்கு
பேனாவோ காகிதமோ
மொழியோ தேவையில்லை ,
ஒரு கிளையின் அசைவிலும்
ஒரு கடலின் அலையிலும்
பிரம்மாண்ட கவிதையை அழகாய்
எழுதிவிட்டு போகும் .

68.

என் வீடு
எனக்கு தங்குமிடம்
என் புத்தக அலமாரியே
என் வாழ்விடம் .

69.

பேனாவும் காகிதம் போல்
ஒன்றாய் இணையும்போதெல்லாம்
ஓவியமும் கவிதையும்
படைப்போம் வா.

70.

நெடுஞ்சாலையின் நடுவே
பூத்திருக்கும் பூக்களெல்லாம்
தீண்டாமைக்கு உட்படுத்தப்பட்டு
யார் கையிலும் சேராமல் உதிர்ந்து
விழுகின்றன சாலையில்.

71.

ஊருக்கு செல்லும் ரோடு
அருகாமையிலும்
ஊரிலிருந்து செல்லும் ரோடு
வெகுதூரமாகவும்
தெரிகிறது வெளியூரில்
வேலைசெய்யும் எனக்கு.

72.

நிஜத்தைவிட முகமூடி
இல்லா நிழலில்
அனைவரும் அழகாய்
தெரிகிறார்கள்.

73.

இங்கு ஒவ்வொருவருக்கும்
ஒரு தனி உலகம் இருக்கிறது
அவரவர் உலகத்திற்கு அவரவர்
கதாநாயகனாக நல்லவராக
இருப்பதற்கு எடுக்கும்
முயற்சியின் பிம்பங்கள் வேறு
ஒருவருக்கு
தீயவராக தெரியலாம்.

74.

வீணை மீட்டப்படவில்லை,
புல்லாங்குழல் வாசிக்கப்படவில்லை,
இசையில் நனைந்துகொண்டிருதேன்,
அவள் பேசிக்கொண்டிருந்தாள்
வேறொன்றுமில்லை.

75.

இளையராஜாவின் இசை கச்சேரி
நடந்துகொண்டிருந்தது,
இசை மழையில் நனைய காத்திருக்கும்
ரசிகர்களின்
ஒருவர் கையிலும் குடை இல்லை.

76.

ஒவ்வொரு எழுத்தும் ஒரு ஓவியம்
அதன் நடனமே வார்த்தைகள்.

77.

குயில் பாட்டு சொகமா இருக்குங்கிறது
எல்லோருக்கும் தெரியும்,
நமக்கு தெரியாதது என்னன்னா
அது சந்தோசமா பாடுதா
இல்ல சோகத்துல படுத்தான்னு தான்

78.

இரவில் வீட்டை விட்டு வெளியே வா
மொட்டைமாடியில் நட்சத்திர போர்வை
போர்த்திக்கொண்டு
உறங்கலாம்.

80.

செழிப்பான மரத்தில்
ஒரே ஒரு இலை மட்டும்
பழுப்பு நிறத்துடன்
தன் இறப்பை ஒத்துக்கொண்டு
உதிர்ந்து கொண்டிருந்தது.

81.

இரண்டு வருடங்களுக்கு முன்
அவள் கொடுத்த பூங்கொத்து
காய்ந்துபோய்தான் இருந்தது
நறுமணம் மட்டும் இன்னும் அப்படியே
இருந்தது நினைவில்.

82.

கருப்புத்தரையில் வெள்ளை கோடுகளை
விழுங்கிக்கொண்டு
வீடுகளையும், மரங்களையும் பின்னுக்கு
தள்ளிக்கொண்டே
போய்க்கொண்டிருந்தது நான் செல்லும்
பேருந்து.

83.

மாதம் முழுவதும் உழைத்து
கிடைத்த பணம்
மாத கடைசி வரை வருவதில்லை,
சில உறவுகள் போல நடுவிலேயே
கரைந்துவிடுகிறது.

84.

கொஞ்ச காலமாக எதுவும் எழுதுவதில்லை,
என்னிடமிருந்து தமிழும்
இலக்கியத்திடமிருந்து நானும்
தப்பித்துக்கொண்டோம்.

85.

செடியிலிருந்து பறிக்கப்பட்ட
பூக்கள்
காம்பில் இறந்து
ஏதோ ஒரு தலையில் சில
நேரத்திற்கு வாழ்கிறது.

86.

ஆகாயத்தின் அம்மனக்கோலம்
தான் எவ்வளவு அழகு
நட்சத்திர மச்சங்களைதான் எண்ணி
முடிக்கவில்லை.

87.

வானம் ஏதோ ஒரு மூலையில்
வளைந்துதான் போகிறது
நம் காதல்தான் நீண்டுகொண்டே
போகிறது.

88.

மொழி தெரியாத நாய்க்குட்டி
எல்லா மொழி பேச்சுக்கும்
வாலாட்டுவது
அன்பின் மொழி.

89.

காதலியுடன் குடிக்கும் காப்பியில்,
கோப்பையிலிருந்து
சிந்தும் துளிகள் விருந்தாகிப்போனது
ஈக்கும், எறும்புக்கும்.

90.

நான் ஒன்றும் பெரிதாக
இயற்கையை ரசித்தது இல்லை
உன்னை பார்க்கும் வரை,
இயற்க்கையை தவிர வேறென்ன
அழகாய் இருக்கிறது
உன்னை வர்ணிக்க,
அப்படித்தானே நானும்
ரசிகனானேன் இயற்கைக்கும்
உனக்கும்.

91.

ஒரு வார்த்தையில் உலகின்
பிரம்மாண்ட கவிதையை
எழுதிவிட்டார் உன் அப்பா உனக்கு
பெயர்வைத்து,
இனிமேல் கவிஞர்கள் எழுதும்
கவிதையெல்லாம் அதற்கு
கீழே தான்.

92.

நிலவுக்கும் கடலுக்குமான காதலை போல்
கரையிலிருக்கும் நீயும் நானும் கலந்திருந்தால்
அலைகள் அடிக்கும் வரை நம் காதல்
காற்றில் மிதந்து கொண்டிருக்கும் ..

எவ்வளவு அலைகள் அடித்தும்
கடலில் மிதக்கும் நிலவை துளியும்
நகர்த்த முடியவில்லை,
உன் மேல் நான் கொண்ட காதலை போல.

93.

தினமும் அமரும் பேருந்தின்
ஜன்னல் இருக்கையை தவறவிட்ட
இன்றுதான் புரிகிறது
இத்தனை நாட்கள் வீசிய காற்றின் அருமை.

94.

எங்கே போய் எப்படி
செலவு செய்ய போகிறதோ,
இந்த கடவுள்,
உண்டியலிலும் ,தட்டிலும்
விழும் காசையெல்லாம்.

95.

நாம் அனைவரும் எழுத
மறந்த தலை சிறந்த கவிதை
அம்மா.

96.

புத்தகத்தின் நுழைவாயில்
எப்பொழுதுமே
ஒன்றுதான்
சிலர் அதன் வழி சென்ற பிறகு
வெளியேறுவதை தவிர்க்கிறார்கள்
ஏதோ ஒரு காரணத்தால் .

97.

கொட்டிதீர்க்கும் இம்மழையின்
முதல் துளியிலேயே
இதயம் நனைந்துவிட்டது
உடல் நனையத்தான் நேரமெடுத்துக்கொண்டது .

98.

நகராமல் நின்று
கொண்டே இருக்கின்றன
மலைகள்,
பாவம் யார்
தடுக்கிறார்களோ
தெரியவில்லை.

99.

அப்படி எதை தான் எட்டி
பார்த்துக்கொண்டிருக்கிறது
அந்த நிலா
ஜன்னல் இல்லாத பூமியில்.

100.

கழுத்தில் கட்டிய தாலிக்கயிற்றால் நீ என்
மனைவியாகிவிடுவாய்
என்றால்
உன் முதல் பார்வையில் உன்னுயிர் கலந்து
இன்று வரை உன்னுடன் இருக்கும் உறவுக்கு
என்ன பெயர்
வைப்பார்கள்,
கட்டிலில் இருவரும் கலந்திருக்கையில்
என் மார்பில் ஒட்டியிருக்கும் உன்
நெத்திப்பொட்டும்
உன் தோட்டில் சிக்கிய என் மீசைமுடியும்
சொல்லும் நம் உறவை மிக அழகாக இவர்களை
விட.

101.

கண்ணுக்குள் வைத்தெல்லாம் என்னை
காக்கவில்லை,
கண் சிமிட்டும் நேரத்தில் தூசி திரும்பு
தீண்டிவிடுமென்று
இதயத்தில் வைத்து பொத்திக்கொண்டாள்,
அவள் இதயம் துடிக்கும் வரை
என்னை நெஞ்சிகூட்டுக்குள் சுமக்க,
என் அம்மா.

102.

ஊரை காக்க எல்லைச்சாமி
கையில் அரிவாளுடன் நின்று கொண்டிருந்தது
ஊர் எல்லையில்,
அதையும் சேர்த்து காவல் காப்பதாக நினைத்து
அங்கேயே சுற்றி கொண்டிருந்தது செவலை நிற
நாய் ஒன்று,
இவையனைத்தையும்
எந்த சம்பந்தமும் இல்லாதது போல்
வேடிக்கை பார்த்துக்கொண்டிருந்தது
தாடி வளர்ந்த ஆலமரமொன்று,
விடிந்ததும் தூங்கிப்போனது எல்லைச்சாமியும்
,செவலயும்
தாடி மரத்திற்கு மட்டுமே தெரியும்
எப்பொழுதுமே எல்லைச்சாமி தூங்கிக்
கொண்டுதானிருக்குமென்று.

103.

நடக்கத் தெரிந்த பிறகு நடை வண்டியை
விட்டுப்போனேன்,
என் அம்மாவோ என் கையை விட்டு போனால்,

பென்சிலில் எழுத தெரிந்த பின் சிலேட்டுகுச்சியை
விட்டுப்போனேன்,
கையை பிடித்து எழுத சொல்லி கொடுத்த
தமிலம்மாவும் என்
கையை
விட்டுப்போனள்,

கோர்த்துக்கொண்டு இருந்த மனைவியின்
கரங்களை
விட்டுப்போனேன், பிள்ளைகள் பிறந்த பிறகு,

என் கையையும் நடை வண்டியையும் தொடவே
இல்லை என் மகன்
நடக்க தெரிந்த பிறகு.

104.

இந்த ஒரு நாளைக்கு தான் இத்தனையும்,
இரவும், பகலும் இறந்து
மீண்டும் பிறப்பது

மாதமொருமுறை உனை காணும்
இந்த ஒரு நாளைக்காகத்தான்,

தொலைதூர காதலென்றாலும்
அந்த ஒருநாள் சந்திப்பில் கட்டி அணைக்கையில்
இரு இதயமும் இனைந்து ஒரே துடிப்பாக
துடிக்கையில்
இருவருக்கும் மறுபிறவி,

சந்திக்கும் கனமெல்லாம் புதுஜனனம்,
பிரிந்து செல்லும்போதெல்லாம்
மரணத்தின் வாயிலை தொட்டு "இன்றில்லை
இன்னொரு நாள்
நிச்சயமாக'' என்று
அடுத்த சந்திப்பிற்காக கடிகாரத்தை
முடிந்தவரை சுற்றிக்கொண்டிருப்போம்.

105.

கல்யாணமும் தாலியும் என்ன
வேண்டிக்கிடக்கிறது,
முதல் பார்வையில்
முழுவதுமாய் அர்ப்பணித்துவிட்டு
கைகள் கோர்த்து
ரேகைகள் மாற்றிக்கொண்டபின்,
கூடல் பொழுதில்
உடலை பருகி, உயிரை குடித்து
ஒரு யுகம் வாழ்ந்த பின்,
உன் சேலையும் என் வேட்டியும்
வாழ்ந்த வாழ்க்கையை,
கடலுக்கும் காற்றுக்கும்,
வேருக்கும் மண்ணுக்குமான
பந்தத்திற்கு இயற்கையே சாட்சி
உனக்கும் எனக்கும்
என்ன வேண்டிக்கிடக்கிறது
மஞ்சள் கயிறும், மணப்பந்தலும்.

106.

கஷ்டங்களையும் கண்ணீரையும் பார்த்தும்
கல்லாய் நிற்பவனை
கடவுளென்று சொல்கையில்,

கண்ணில் ஈரத்தோடு
மனதில் பாரத்தோடும்,
கண் முன்னே சிரித்துக்கொண்டு
அனைத்துக்கொள்ளும் உன்னை
எந்த கோவிலில் வைத்து பூஜை செய்வேன்.

உன் அழுக்கு சீலையும்,
வாராத தலையும்,
வியர்வையில் நனைந்த தலையும் அவ்வளவு
அழகாய்
உலகின் அழகெல்லாம் உன் காலில் பட்டு
சிதறி ஓடிப்போகும்,
கோயில்கள் இழந்த தெய்வங்கள் அம்மா.

ஜென் தத்துவம் இல்லை என் தத்துவம்

1. அர்த்தம் புரியாததனாலே தத்துவம்
ஆகிவிடுகிறது.

2. ஒரு கவிதை எழுதி திருத்தப்படும் பொழுது
அதன் அழகு குறைந்துவிடுகிறது.

3. பாத்திரத்தின் வடிவம்
அதன் சுவையை நிர்ணயிக்காது,
நாம் மனிதர்களை உருவத்தை வைத்து எடை
போடுவது போல.

4. நல்ல கதாசிரியருக்கு அழகு
அவர் எழுதும் வரிகளில்
நேற்று படித்த பக்கங்களின் சாயல் இருக்க கூடாது.

5. அடைத்து வைத்திருக்கும்
வெள்ளமும், காமமும்
ஊரை நாசம் செய்துவிடும்.

6. அனைத்தும் சிறப்பானதாய் இருந்துவிட்டால்
சிறப்பு என்பதற்கான அர்த்தமில்லாமல்
போய்விடும்.

7. உயிரற்ற பொருட்களை வைத்தே
உயிருள்ளவர்களுக்கு மதிப்பும் மரியாதையும்.

8. காலணிகளின் வாழ்நாட்களை
அணிந்திருக்கும் கால்களே முடிவு செய்கிறது.
பணக்கார காலணிகள் குறுகிய நாட்களே
வாழ்ந்தலும்
தேய்மானமோ சேதாரமோ இல்லாமல்
வாழ்ந்துவிட்டு செல்கின்றன.
ஏழைகளின் காலணிகள்
உரிந்து, தேய்ந்து, தைக்கப்பட்டு வாழ்வை
கழிக்கின்றன.

9. எந்த எதிர்பார்ப்பும் இல்லாமல்
கடைசிவரை மௌனமாக நம்முடன்
வாழ்ந்துவிட்டு செல்கிறது
நிழல்.

10. கருத்தரிக்க   வைப்பது மட்டுமல்ல
சரியான கலவி என்பது
கற்கவும்,
துணைக்கு கற்பிக்கவும் ..
கடைபிடிக்கவும் தான்..

11. விடுதலைக்காக போராடிய தலைவர்கள்
இன்று சுதந்திரமில்லாமல் கூண்டில் அடைந்து
கிடக்கிறார்கள்.

அழுகை குரல்கள்

1.

ஒரு ஆணின் காம அரக்க தனத்தால் பிறந்தவன் நான்,
என் தாயின் கதறலில் பிறந்தவன் நான்,
கருவில் களைக்க முடியாமல் பிண்டமாய்
இவ்வண்டத்தில் பிறந்தவன் நான்,
என் பெயர் அநாதை,
நான் பாலுக்காக என் தாயின் மார்பை
தேடினேன்,
பசு தான் என் தாய்,
நான் அரவணைப்பை தேடி அலைந்தேன்,
தனிமை தான் என் தந்தை,
நான் விளையாட நண்பர்களை தேடினேன்,
என் தெரு நாய்க்குட்டிகள் தான் என் நண்பர்கள்,
நன் பேசி சிரிக்க தம்பி தங்கைக்கு ஏங்கினேன்,
கண்ணாடி தான் என் தம்பி தங்கை,

ஒரு கையளவு வயிற்றுக்கு உணவு தேடினேன்
பசி மட்டுமே என் உணவு,
தாகம் தீர்க்க தண்ணீர் தேடினேன்,
கண்ணீர் தான் என் தாகம் தீர்த்தது,
உடல் மறைக்க உடை கேட்டேன்
கந்தல் துணிதான் என் புத்தாடை,
படுத்துறங்க ஒரு கிழிந்த பாய்க்கு ஏங்கினேன்
மண் தரை தான் என் பஞ்சுமெத்தை,
தலை தாங்க தலையணை இல்லை
கைகள் தான் என் துணை,
எனக்கென்று யாரும் இல்லை
நான் தான் என் உலகம்,
வாழ்க்கை என்னும் புத்தகத்தில்
முதலும் முடிவும் கிழித்து தூக்கி
எறியப்பட்ட புத்தகம் நான்.

2.

புதுமை விரும்பும் உலகில்
உங்களால் ஒதுக்கப்பட்ட புதுமை நான்,
மாற்றம் விரும்பும் வயதில்
யாரும் விரும்பாத மாற்றம் நான்.
பெயரளவில் மட்டுமே எனக்கு மரியாதை,
ஆனால் சமூகம் எனக்கு பல பெயர்கள் கொடுத்தது,
ஆம் நான் ஒரு திருநங்கை.
உடலளவில் மட்டுமே மாற்றம்
நானும் உங்களில் ஒருத்தி தான்,
சிறு வயதில் ஒரு சமூகத்துடன் வாழ்ந்து
பின் அச்சமூகத்தாலே ஒதுக்கப்பட்டவள் நான்,
என் வலி சொல்லிலடங்காது,
என் வலி கடவுள் மொழி போல
யாருக்கும் புரியாது.
எனக்கு உங்கள் அனுதாபம் தேவையில்லை
அரவணைப்பு தான் தேவை.
என்னை கவுரவிக்க தேவையில்லை
கொச்சை படுத்மதாலிருந்தலே போதும்.
நானும் உங்களில் ஒருத்தி தான்,

ஆடை விலகித்தெரியும் அங்கத்தை பார்க்கும்
நீங்கள்
அதையும் தண்டி என் உணர்வை கொஞ்சம்
பாருங்கள்.
கடவுளில் சிவன் சக்தி என ஒரு சேர
பார்க்கும் நீங்கள்
அந்த கடவுள் உருவில் பிறந்த எங்களை ஒதுக்குவது
ஏன்.

நானும் உங்களில் ஒருத்திதான்
ஏற்றுக்கொள்ளுங்கள்.

3.

கனவுகளோடு கண்ணீரையும் சுமந்து செல்கிறேன்
சாலையோரங்களில் மிடுக்காய் உடையணிந்து
சவமாய் திரிகிறேன்,
ஏமாற்றங்கள் மட்டுமே என்னை ஏமாற்றமலிருக்க
மாற்றம் விரும்பும் வயதில் கிடைப்பது ஏமாற்றமே.
நான் ஒரு வேலையில்லா பட்டதாரி.
காலம்தான் கடக்கிறது, கனவுகள் நோக்கி
அலைகிறேன்
இளமை பருவமே இனி வேண்டாம்.
இங்கு யாரை நான் கடிந்து கொள்ள
வாழ்வின் ஒரு பாதி படிப்பிலே கரைந்தது,
இளமையின் மறுபாதி தேடலில் கரைந்தது,
வேலையின்மை என்னை வீதியில் நிறுத்த
வீட்டின் வறுமை என் கழுத்தை நெறிக்க
ஏசிய வார்த்தைகள் தீயில் எரிக்க,
இருந்தும் சிரிக்கிறேன் என் கவலைகள் மறைக்க.
ஏக்கங்கள் மட்டுமே என்னுடன்,
கண்ணீரால் கவலைகளை துடைக்கிறேன்.
தேர்தல் கணம் மட்டுமே வாக்குறுதி
வறுமை குடித்திடும் என் குருதி.
ரௌத்திரம் புதைத்து அழுகிறேன்
சிரிப்பை இரவல் வாங்கி நடிக்கிறேன்
வலிகள் உண்டு உறங்கினேன்.
மாற்றமென்னும் நாளை நோக்கி
விடியலில் கனவுகளோடு மீண்டும் மலர்கிறேன்.